कोवळ्या उन्हात

काशिराम सखाराम बोरे

#AnyoneCanPublish with

 सकाळ प्रकाशन

Kovalya Unhat

© Kashiram Sakharam Bore, 2024

कोवळ्या उन्हात

© काशिराम सखाराम बोरे, २०२४

प्रथम आवृत्ती	:	डिसेंबर २०२४
प्रकाशक	:	सकाळ मीडिया प्रा. लि.
		५९५, बुधवार पेठ, पुणे ४११ ००२
मुखपृष्ठ	:	सारद मजकूर, पुणे
मांडणी	:	सकाळ प्रकाशन
मुद्रणस्थळ	:	विकास प्रिंटिंग ॲण्ड कॅरिअर्स प्रा. लि.
		प्लॉट नं. ३२, एमआयडीसी, सातपूर, नाशिक
ISBN	:	978-93-48048-59-2
संपर्क	:	०२०-२४४० ५६७८ / ८८८८८ ४९०५०
		sakalprakashan@esakal.com

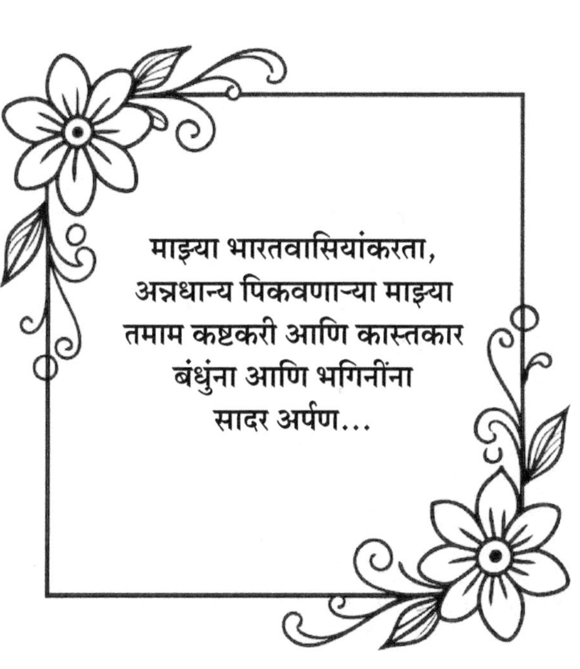

माझ्या भारतवासियांकरता,
अन्नधान्य पिकवणाऱ्या माझ्या
तमाम कष्टकरी आणि कास्तकार
बंधुंना आणि भगिनींना
सादर अर्पण…

मनोगत

'कोवळ्या उन्हात' हा माझा कवितासंग्रह आपल्या हाती देताना मला अपार आनंद होत आहे. या पूर्वीही आपण माझ्या 'पालवी' या बालकाव्य संग्रहाचे व 'कर्मफल' या कथासंग्रहाचे असेच कौतुक केले. काही रसिक मित्रांनी व बांधवांनी त्यांचा त्याबाबतचा अभिप्राय मला पाठवून आणि फोनद्वारे संपर्क साधून माझा उत्साह द्विगुणित केला. त्यामुळेच मला हा कवितासंग्रह प्रकाशित करण्याची उमेद मिळाली आहे. मार्गदर्शन, सूचना आणि सहकार्य याशिवाय कोणतीही बाब यशस्वीपणे पार पडत नसते. कळत-नकळत, प्रत्यक्ष-अप्रत्यक्षपणे आपल्यामुळेच मला हे आनंददायी यश संपादित करता आले.

या कवितासंग्रहात विविध विषय आहेत. माझ्या लेखणीत जे जे विषय आलेत ते ते साकार करण्याचा मी प्रयत्न केला आहे. त्यामुळेच काही कालावधीतच हा दुसरा कवितासंग्रह आपल्या हाती देताना यश आले.

या कार्यात ज्यांनी-ज्यांनी मला सहकार्य व मार्गदर्शन केले. त्या सर्वांचा उल्लेख करणे अशक्य आहे. तरीही काहींचा उल्लेख केल्याशिवाय मला बरे वाटणार नाही. त्यामध्ये या कवितासंग्रहासाठी आपले वैयक्तिक व कौटुंबिक काम बाजूला ठेवून माझ्यासाठी वेळेत वेळ काढून ज्यांनी या कवितासंग्रहाला प्रस्तावना दिली ते मा. डॉ. एस. एम. कानडजे, अध्यक्ष मातृभाषा प्रतिष्ठान, बुलडाणा यांचे आभार मानावे तेवढे थोडेच आहेत. ते नेहमीच प्रत्येक अडचणीच्या प्रसंगी सुयोग्य मार्गदर्शन करत असतात व कार्य करण्याची प्रेरणा देतात. माझ्या या कवितांमध्ये विषय मांडत असताना काही दोष आढळल्यास कृपया त्यांचा उल्लेख करून मला कळवावे. मी त्यांचा आनंदाने स्वीकार करून त्यात दुरुस्त्या करण्याचा प्रयत्न करेन.

- काशिराम सखाराम बोरे

'कोवळ्या उन्हात'च्या निमित्ताने...

काशिराम सखाराम बोरे हे सेवानिवृत्त पर्यवेक्षक आहेत. शिक्षण क्षेत्रात त्यांनी सुमारे अडतीस वर्षे अध्यापन आणि प्रशासनाचे काम केले आहे. 'करील रंजन जो मुलांचे...' या साने गुरुजी परंपरेतील ते एक हाडाचे शिक्षक आणि संवेदनशील कवी आहेत. त्यांना त्यांच्या शैक्षणिक कार्याबद्दल तीन राज्यस्तरीय आणि दोन राष्ट्रीय पातळीवरील सन्मान प्राप्त झाले आहेत. वृक्षसंवर्धन, पर्यावरण संरक्षण, नाट्यदिग्दर्शन, कथाकथन आणि काव्यलेखन हे त्यांचे आवडते छंद आहेत. त्यांनी मुलांसाठी वेळोवेळी चांगल्या सहलींचेही आयोजन केले होते. त्यांनी चार विषयात पदव्युत्तर पदव्याही संपादन केल्या आहेत. बुलडाणा जिल्ह्यात त्यांना चांगला नावलौकिक प्राप्त झाला असून महाराष्ट्रातही त्यांची चांगली ओळख निर्माण झाली आहे.

'पालवी' हा त्यांचा पहिला बाल कवितासंग्रह 'सकाळ'ने प्रकाशित केला आहे. आता त्यांचा 'कोवळ्या उन्हात' हा दुसरा काव्यसंग्रह बाल रसिकांच्या आणि शालेय विद्यार्थ्यांच्या सेवेत सादर होत आहे. ही त्यांच्यासाठी एक जमेची बाजू आहे. त्याबद्दल मी त्यांचे अभिनंदन करतो.

'कोवळ्या उन्हात' या संग्रहात 'शारदा स्तवना'सह एकूण साठ कवितांचा समावेश आहे. या सर्व कविता प्रासादिक, वाचन सुलभ असून त्या लहान मुलांवर चांगला संस्कार करू शकतील, याची खात्री वाटते. लहान मुले उत्सवप्रिय असतात. त्यांचे कुतूहल ताजे आणि टवटवीत असते. त्यांची ही मानसिकता लक्षात घेऊन त्यांनी काही कविता लिहिल्या आहेत. पोळा, दहिहंडी, रक्षाबंधन, विवाह समारंभ, गांधी जयंती, एसटीचा प्रवास तसेच ट्रकने करायचा प्रवास यासंबंधीच्या या संग्रहातील कविता मुलांच्या आनंदात भर टाकणाऱ्या आहेत.

'पावसाची गंमत' पाहून मुलांचा आनंद गगनात मावत नाही. तर या उलट उद्ध्वस्त होत जाणारी माळ्याची बाग पाहून त्यांच्या काळजात कालवाकालव होते. शेतकऱ्यांवर येणारी आत्महत्येची पाळी, कोरोनाकाळात कोसळलेला दुःखाचा डोंगर, भूमिपुत्र शेतकऱ्यांच्या वाट्याला येणाऱ्या हालअपेष्टा, चातकागत आतुरतेने पावसाची वाट पाहणारा कष्टाळू कास्तकार, खेड्यातील जीवनाची आबाळ आणि हेळसांड, समाजात कोणाचाही वचक राहिला नसल्यामुळे निर्माण झालेले नैतिक अराजक, मरणाची भेसूरता इत्यादी गोष्टी समाजात जेव्हा आढळून येतात, तेव्हा कवी बोरे यांचे अंतःकरण तळमळते. या कवितांमधील आशय विचारात घेतला, तर कवीची सामाजिक बांधिलकीची जाणीव फार महत्त्वाची वाटते. कारण समाजात आढळून येणाऱ्या दुःखाचे संकट पाहून कवी म्हणतो,

दुःखाचा गिळावा कसा आवंढा
वाटतो तो मोठ्या डोंगराएवढा

समाजात कवीला अनेक ठिकाणी तसेच अनेक वेळा दुःखाचा निष्ठुर खेळ आढळून येतो. उन्हातान्हात, वादळवाऱ्यात आणि पाण्यापावसात शेतकरी राब राब राबतो; पण समाजात त्याची कोणी आपुलकीने चौकशी करत नाही, हे त्यांच्या 'घाम' या कवितेतून उत्कटतेने प्रत्ययास येते.

कवी बोरे हे जीवनाकडे वास्तव आणि मूल्यात्मक दृष्टीने पाहतात. त्यामुळे त्यांचा जीवनासंबंधीचा सकारात्मक प्रतिसाद अनेक कवितांमधून लक्ष वेधून घेतो. तो देवाविषयी कृतज्ञता व्यक्त करतो. त्याला 'कटिंग' करण्यातली गंमत जाणवते. ओस पडलेली मैदाने पाहून त्याला नव्या पिढीच्या आरोग्याची चिंता वाटते. कुटुंबात उपेक्षा होत असलेल्या वृद्ध माता-पित्यांविषयी खंत जाणवते. त्यातून त्याला 'सार्थक जीवनाची परिभाषा' करावीशी वाटते.

कवी बोरे यांनी मानवी जीवनातील ध्येय, कष्टाचे सातत्य, विद्यार्थ्यांची लक्षणे, डॉक्टरांचा उपदेश, टोपणनावातली गंमत, रंगांची विविधता, पहिल्या पगाराची नवलाई, पुत्राच्या कर्तृत्वाविषयी बापाला वाटणारा अभिमान, मुंग्यांची शिस्त आणि उद्योगी वृत्ती, वास्तुच्या निर्मितीतला आनंद, शेत-शिवारातील समृद्धी, शाळकरी विद्यार्थ्यांची महत्त्वाकांक्षा, जगण्यातील डाव्या-उजव्या गोष्टींचे महत्त्व, नामस्मरणाचे औचित्य, बाभळीचे गुणधर्म इत्यादी विविध विषयांवर कविता लिहिलेल्या आहेत. आणि त्या बालवाचकांना त्या-त्या विषयाचे महत्त्व पटवून देणाऱ्या आहेत. त्यातून कवीची जीवनाकडे पाहण्याची खेळकर, सकारात्मक, प्रयत्नशील आणि नैतिक वृत्ती या कवितांतून अधोरेखित होते. सेवानिवृत्तीनंतरही

त्यांच्यातील शिक्षक अजूनही कार्यरत आणि जागा आहे याची खात्री पटते.

'कोवळ्या उन्हात' या कवितासंग्रहात कवीची उमेद आणि प्रयत्नशीलता दिसून येते. सकाळची कोवळी उन्हे सर्वांनाच आवडतात. ती आनंददायक तसेच आरोग्यवर्धकही असतात. या संग्रहातील कविता बालवाचकांना निश्चितच आवडतील, आनंद देतील. आणि त्यांना त्यातून जगण्यासाठी आवश्यक ते नैतिक धडेही मिळतील. उदाहरणार्थ, ज्याला कोणत्याही क्षेत्रात नेतृत्व करायचे आहे त्यांनी रुळलेली वहिवाट सोडून, नूतन पायवाट पाडणे महत्त्वाचे आहे असे कवी 'धनी' या कवितेतून व्यक्त करतो.

बोरे यांच्या या संग्रहातील सर्व कविता सोप्या आणि साध्या आहेत. त्यांची रचना काहीशी गद्यप्राय, विधानात्मक स्वरूपाची आहे; पण कवितांसाठी निवडलेले विषय विविध तसेच जीवनोपयोगी आहेत. त्यामुळे या कवितांच्या वाचनातून मुलांवर चांगल्या प्रकारे संस्कार घडू शकतात. कवीने आपल्या या काव्यरचनांमधून अवतीभवतीचा परिसर साकार केला आहे. त्यात पाने, फुले, झाडे, नदी, पाऊस, प्राणी, सण, उत्सव इत्यादी पुष्कळ बाबींचा समावेश आहे. कवीच्या शब्दस्पर्शाने त्यांना काव्यगुण प्राप्त झाले आहे. त्यासाठी कवीने केलेले प्रयत्न कौतुकास्पद आहेत. वाचन, चिंतन, अवलोकन आणि शब्दांकन यात रमणारा हा कवी सेवानिवृत्तीनंतरचा आपला वेळ या माध्यमातून निश्चित सत्कारणी लावतो, यात शंका नाही. त्यांच्या पुढील वाटचालीस माझ्या हार्दिक शुभेच्छा!

- डॉ. एस. एम. कानडजे
अध्यक्ष, मातृभाषा प्रतिष्ठान, बुलडाणा

अनुक्रमणिका

शारदा स्तवन

जय शारदे, वंदन करतो तुज आई
हंस गामिनी, विणाधारिणी, माझे आई ॥धृ॥

विद्येची तूच देवता
प्रसन्न होशी जगन माता
भक्ताला तू पावशी आई ॥१॥

शुभ्र वस्त्रधारिणी
दुष्टांची तूच मारिणी
श्रद्धेने तू पावशी आई ॥२॥

आई तूच अससी
सद्‌बुद्धीदायिनी
सर्वांना सुखी तू ठेवी आई ॥३॥

कोवळे ऊन

प्रभातकाळी उन्ह ते सूर्याचे कोवळे
आरोग्य संपन्नतेचे नसे ते दुबळे।

कोवळ्या उन्हाची पिवळी चादर
झाकण टाकली जणू पृथ्वीवर।

किरणे सूर्याची डोकावती ढगातून
रंगीत फुलपाखरे भिरभिरती फुलांतून।

सजीव सृष्टी जागी होई
नजरेला नजर देतबाहेर येई।

दिवस सुरू झाला तो सर्वांचा
ऊन-सावलीचा अन् सुख-दुःखाचा ।

पहाटेचे कोवळे ऊन भासे ते बालपण
दुपारच्या गरम उन्हात दिसे ते यौवन।

शीत, शांत संध्यासमयी समोर असे मरण
पण मज आवडे कोवळेच ऊन।

पावसाची गंमत

आकाशाची बदलता रंगत
धरतीवरती होते पावसाची गंमत-गंमत ॥धृ॥

मेघांचा गडगडाट होई
विजेला चमकायची घाई
चमकत ती चटकन जाई
वर्षाराणी म्हणती तिला, येई ती बरसत - बरसत॥

पाणी वाही मातीतुनी
कोठे उतरे खडकातुनी
नदीला मिळे ओढ्यातुनी
वाहत्या पाण्याला वेग किती? जात असे ते सांगत सांगत॥

झाडेझुडपे दिसती हिरवे
डोंगर दऱ्या असती बरवे
वातावरण होई ते गारवे
पाऊस थांबता ऊन पडे, सजीव येती बाहेर थबकत-थबकत॥

पाऊस येता वाटते थंड
चालणे होई ते मंद
बहु घटकांना वाटे उमंग
पावसाची किमया न्यारी, येई ती गरजत - गरजत॥

कोणी व्यक्ती

माळ्याने फुलवली होती सुंदर बाग
बागेसाठी सदैव असे त्याला जाग।

फुले बहरली सुगंधी अन् रंगीबेरंगी
दरवळला मधुर परिमल दूर-दूर तो जंगी।

चौफेर नावलौकिक वाढला तो सुगंधाचा
हेवा वाटावा असाच विस्तार झाला त्याचा।

कोणीतरी जेसीबी पाठवली मधेच खोदण्याला
खोदून भिंत बांधली मधोमध दुभंग होण्याला।

भिंतीमुळे अडला वाऱ्याचा तो शीतल सुगंध
हे बघून भिंत हसू लागली हो बेधुंद।

माळी हतबल झाला, लावले डोक्याला हात
विचार असा नव्हता, केला, होईल असा घात।

काही फुलांचा तर घात झाला, तो कायमचा
बाकी फुलांच्या फांद्या सुकल्या, नाही विचार तो उमेदीचा।

अशा या माळ्याच्या सुंदर बागेची झाली दुर्दशा
नाराज झाले जग हे पाहून काहींची झाली निराशा।

माळी तर असणार दोन दिसांचा सोबती
कधी जिवाचा बुडबुडा फुटेल, नाही ती शाश्वती।

बागेची वाट लावली क्षणात, एका जेसीबीने
जेसीबी नाही स्वत: गेली, जाण्यास भाग पाडले कोणत्या व्यक्तीने॥

पोळा

साजरा करू या सण, या आपल्या बैलांचा
सारेच आदर करू या राबत्या बैलांचा ॥धृ॥

पहिला दिवस पोळ्याचा तो खांदमळणी
वर्षभराचे काम केल्याचे उपकार मानुनी
बैलांना आमंत्रणे देती त्यांचे पाय धुऊनी
किती उपकार मानावे तुमचे? पशू असुनी विचार देव पूजनाचा॥

धनी त्यांच्या शिंगांना, शेपटीला आकार देती
नदीमध्ये, ओढ्यामध्ये त्यांचे अंग धुती
शिंगांना रंग, पाठीवर झूल, पायी तोळे बांधती
नेती नटूनथटून मिरवत, गजर करत तो ताशाचा॥

गावाच्या वेशीपाशी भरतो पोळा
सजूनधजून होती गावचे बैल गोळा
काही ठेवती मानाच्या बैलावर डोळा
पाटलाच्या इशाऱ्याने फुटतो, तो पोळा तोरणाखालचा॥

पोळ्याला नसते बैलाच्या खांद्यावर जू
बळीराजाच असे खरा बैलांचा गरजू
पण आपण सर्वच या दैवताला पुजू
पोळ्याच्या सणाने कळतो अर्थ, त्या बैलांच्या उपकारांचा॥

इलाज

भूमिपुत्रांनी कोणते पेरावे शेतात वाण
नाही सुचत कसा वाईट क्षण आणला देवाने।

आजपर्यंत मारलेत दगड कित्येक।
पण वाया गेलेत ते हवेत अनेक।
नेम लावला जिथे, नाही लागला तिथे।
कोणती जादू आहे घडत, त्यामुळे चैन नाही पडत।

अस्मानी - सुलतानी संकटे म्हणती त्यांना।
नाही कळत त्यापुढे विज्ञानयुगातील भूमिपुत्रांना।
ज्याच्या मदतीची तो अपेक्षा करी।
तोच भूमिपुत्राला सावज करी।
आणि दोष स्वतःलाच देई व स्वतःच फासावर जाई।

गरजेच्या खर्चपिक्षा इतर खर्च अतोनात
त्या डोहातच भूमिपुत्र बुडत चालले पिढीजात ।
इतरांना अडचणी सांगण्यापेक्षा
देवालाच देऊ खरी खबरबात।
यावर इलाज वाटे एकच
गळ्याला फास द्यावा कचकच।

जंगल गाणे

गाणे ऐका आमचे हो, गाणे ऐका आमचे
मधुर गाणे आमचे हो, गायन करणे आमचे।

तंबोऱ्याची साद देई जंगलाचा तो वारा
छेडल्या जात नसल्या जरी योग्य तारा।

कोकिळा गाई गाणे, पंचम स्वरात
गायनाचे स्वर पसरती सकल वनात
कुहू कुहूचा आवाज जाई शेतकऱ्याच्या कानांत
अन सूर ना जुळे कावळ्याचा कोणत्याही सप्तकात।

मिऑव-मिऑव करती मोर, लई लई लई
मोर-लांडोर नाचती गाताना थुई थुई थुई।

रातकिडे करती सलग किर्र-किर्र-किर्र
मुक्त उडती पाकोळ्या त्या करती भिर्र-भिर्र-भिर्र
आवाज घुबडाचा करी शांत रात्रीचा भंग
बिळाच्या बाहेरील नाग, फुत्कार करी चोरुनी अंग।

साळुंक्यांचा कल्लोळ जागवी सारे जंगल
काही पक्ष्यांची मधुर शीळ वाजे ती मंगल।

भारद्वाज असे नेहमी आपल्या आवडत्या रागात दंग
कोल्हाही कुई कुई करी आपुल्या बांधवा संग
टक टक करी सुतार पक्षी थांबून थांबून
अनामिक स्वर येती काही लांबून लांबून।

राग तो राघू-मैनेचा न कळे कोणाला
चिमणा-चिमणीचा चिवचिवाट गेला तो लयाला
आजतागायत जंगल वाटत आले जागृत आपणाला
पण भावी काळात काय होणार? ते न कळे कोणाला।

आनंदाचा विसर

फिरायला गेलो आम्ही नदीकाठी
वाळूवर बसून करू लागलो गुजगोष्टी
आकाशी असती चंद्र आणि तारे
अंगाभोवती घिरट्या घालती थंडगार वारे।

बिलगू नका तुम्ही असे, दूर व्हा हो
गुलाबी थंडीचा आस्वाद घेऊ द्या हो
ढगात दिसू लागली कबुतरांची जोडी
प्रणयात रमली होती ती मोठी।

पाहता पाहता आमच्या गोष्टी थांबल्या
दोघांच्याही नजरा मग एकमेकांकडे गेल्या
खरेच किती आनंदी आहे ती जोडी
यांना नसतात याशिवाय इतर भानगडी।

मानव विचार करतो खूप गोष्टींचा
भाकरी, कपडा, निवास व इतर बाबींचा
यातच येतो मग तो भाग प्रणयाचा।
पण माणसाला धाक आहे समाजमनाचा।

साऱ्या गोष्टी कराव्यात बंधनात राहून
यातच सर्वांचे भले असते ऐकून ऐकून
विस्कटून गेले ते ढग थोड्या वेळाने
कबुतरांची जोडी दिसेनाशी झाली अशा रीतीने।

थोड्या अवधीत मग आम्ही गाठले घर
या स्थळी मनमुक्त आम्ही, नसे काही डर
पण शांतीचा भंग करत होते रातकिड्यांचे स्वर
त्या फिरण्याच्या आनंदाचा नाही पडत विसर।

आम्हा आवडती

पारिजातक आणि जास्वंद
आहेत शेजारी नांदत
अंगाची ती ठेवण त्यांची
सारखीच असे भासत।

दोघेही अंगाने गुबगुबीत
न पडती कोणाच्या चुळबुळीत
पाणी पितात ते पोटभर
फुलेही देतात टोपलीभर।

जास्वंदाची फुले असती टपोरी
पण त्यांना सुवास असतो कोठे रे?
प्राजक्ताची फुले दिसती छोटी
त्यातून मात्र सुगंधाचा पूर लोटे।

जास्वंदाच्या जाती अन् रंग असती किती?
रोपांची प्राजक्ताच्या रंगाची एकच गिनती
प्राजक्ताचे पूर्वज असती पूर्वी स्वर्गात
देवानेच आणले ते या जगतात।

जास्वंद प्रिय श्रीगणेश-गजाननाला।
प्राजक्त आवडे सत्यभामा - श्रीकृष्णाला
फुले जरी असली नाना रीतीची
आम्हा आवडती ती सर्व प्रकारची।

घाम

जो गाळतो घाम, त्याचे नाही नाम रे

जन्मच त्यांचा वाया जातो, नाही जगी राम रे ॥धृ॥

पायाच्या दगडाला नाही करत कोणी प्रणाम रे

पण कळसाला दुरुनच हात जोडती अन् करती नमस्कार रे॥१॥

कोय लावली आजोबांनी, त्यांना नाही मिळणार आम रे

पण जो कैरी काढी, क्षणात पिकवी, त्यालाच मिळणार आम रे॥२॥

भूमीत मोती पिकवी शेतकरी त्याला नसे कधी आराम रे

पण एसीत बसुनी व्यापारी खूपच कमवी दाम रे ॥३॥

कर्तृत्ववान पुरुषांच्या कार्यात असे अर्धांगिणीचे स्थान रे

पण आई-वडिलांच्या संस्काराचे नसे त्यात नाम रे॥४॥

जो गाळतो घाम, त्याला असते नेहमीच काम रे

कामानेच त्याचे आरोग्य सुदृढ-निरोगी राही छान रे॥५॥

आळशी, व्यसनी, चैनी यांचा होतो अपमान रे

मग दारूचा असतो त्यांच्या हाती रात्रंदिन जाम रे॥६॥

घडतो मानव कामाने, घामाने अन् प्रेमाने रे

त्यांचेच नाव झळकते महापुरुषांच्या यादीत रे॥७॥

बाभूळ

जंगलात झाडे-झुडपे
वेली ही असती खूप।

वाऱ्याने ती डोलती
अन् आनंदाने बोलती।

वनात असती बाभळी
असुनी काटेरी, दिसती भाबळी।

झाडाखाली हिरव्या पानांचा
अन् सडा दिसे पिवळ्या फुलांचा।

मधेच तो काटा उभा राही
कोणाच्या पायाची वाट तो पाही।

दिसती बाभळीवरी फुले
हिरव्यामध्ये पिवळे खुले।

असती नाजूक ते किती
स्पर्श होता ती लाजती।

पिवळ्या फुलांचा गंध
देई वनाला सुगंध

बाभळीच्या लांब शेंगा
असती चिकट त्या अंगा।

बिया असती शेंगात
त्यांचे महत्त्व रोगांत।

शेंगा खाती राघू-मैना
शेंगांचे गुण सांगती जना

लाकडांनी बांधा माडी
बनवा मजबूत बैलगाडी

दात घासा काडीने
कुंपण घाला काट्याने

लाडू करा डिंकाचे
झाड आहे मोलाचे

दिसते बाभूळ काटेरी
पण लाभ आहेत सोनेरी।

मंदिरापाशी आली दिंडी
आता फुटेल दहीहंडी
दहीहंडीच्या उत्सवाला
नव्हता हजर पोलीसवाला।

हंडी बांधली उंचावर
दोन्ही टोके मंदिरावर
उंची ठरली मनोऱ्यांची
किती टप्पे बनवायची?

सराव केला मनोऱ्यांचा
जोश असे तरुणांचा
कोणी कुठे उभे राहायचे
हे माहीत असायचे।

वेळ आली गोविंदाची
साथ होती दिंडींची
एक एक ग्रुप आला
ज्यांनी भाग घेतला।

संभाजी ग्रुप जिंकला
प्रथम क्रमांक पटकावला
जिद्द-उत्साह-शिस्तीने
यश मिळवले एकीने।

दहीहंडी माझ्या गावची
नाही पुण्या-मुंबईची॥

कसे वागावे?

ग्रंथालयात गेलो एके दिवशी
सोबत होता रामचंद्र जोशी
नोंदीचे रजिस्टर होते दारापाशी।
दोघांनीही सह्या केल्या फटदिशी
मग पेपर घेतला वाचायला
अन् रामचंद्र लागला बोलायला
कोणता पेपर तू वाचतोस?
मला कधी तू ते सांगतोस?
पेपर वाचतो मी दैनिक लोकमत
त्यात सदर असते गंमत-जंमत
आवडीने लागलो मी वाचायला
चष्म्येवाला माणूस लागला पाहायला
म्हणू लागला, हळू मनात वाच रे
इतरांना त्रास होतो तुझा रे
ते हळू वाचणे, मला काही जमेना
पेपरमधील गंमत-जंमत कळेना
रामचंद्रला केला निघण्याचा इशारा
तो म्हणे, दुसरा पेपर पाहा ना जरा
मग दुसरा पेपर घेतला लोकपत्र
त्यात दिसले एक चांगले व्यंगचित्र
व्यंगचित्र पाहून हसू लागलो जोरात
हे ऐकून इतर दोघांनी पाहिले रागात
हासायले आले काय पोरहो इथे ?
उत्तर द्यायला हिंमत नव्हती आता तिथे
म्हणून तर कुठे कसे वागावे?
याचे शिक्षण हवे।

डोंगर दुःखाचा

दु:खाचा गिळावा कसा आवंढा
वाटते तो मोठ्या डोंगराएवढा।

आजवर बरीच दु:खे आलीत नानापरी
आणि ती सोसलीही वरचेवरी

पण हे दु:खाचे वादळ आले अकस्मात
त्यात झाला शांत परिवार भस्मसात

एकाएकी कसे घडले? नाही कळले काही
म्हणूनच तर सर्व तन-मन ठिकाणावर नाही

आप्त गणगोत बोलती मायेचे ते शब्द
त्या शब्दांनीच, शरीर होतसे निस्तब्ध।

नजरेत पडताच ते कलेवर अंग
डोळ्यासमोर येत असती गत प्रसंग।

हुंदका येतसे सांगण्यास काही जुन्या आठवणी
पण थोर मंडळी शांत करती तोंडावर बोट ठेवुनी।

तुम्ही परिवाराचे खरे आधारस्तंभ
होईल आकांताने सर्व परिवाराचा भंग।

सग्यासोयऱ्याचे चेहरे झालेत रडून मलूल
इतरही करत होते सर्वकाही कबूल॥

धागा

रक्षाबंधन असे हे स्नेह अन् जिव्हाळ्याचे
बहिणीच्या राखीच्या कच्च्या धाग्याचे
महत्त्व किती असे? प्रत्येक धाग्याचे
बळकट होई मनगट आपुल्या बंधूंचे
धाग्यातच प्रेम संचरे बहिणीच्या रक्षणाचे
धाग्यानेच बंधन राहतसे बंधू-भगिनीचे
फाटलेले जोडतो असा एक धागा
अखंडित करतो दोघांचे अंग, न करता त्रागा
गळ्यातील जान्हवे ते वाटे केवळ एक धागा
पण तोच ठेवतो राखून पावित्र्याची जागा
मंगळसूत्राला मण्यासोबत, बांधते एक सूत्र
सौभाग्याचे लेणे असे ते दर्शवते मंगळसूत्र
लाल-काळा कटदोरा कमरेचा धागा
संस्कृतीची जशी शिकवण तसेच तुम्ही वागा
पतंग अचेतन अन् खेळणारा चेतन
दोहोंमध्ये प्रेम जोडतो, धागा न घेता वेतन
विविध पानाफुलांच्या माळा, बांधतो एक धागा
तीच माळ अर्पितो आपण देवाजीच्या अंगा
आडव्या-उभ्या धाग्यांनी बनते कापड नवे
त्याच कापडाचे शिंपी शिवतो धाग्याने कपडे नवे
धाग्याला जागा असे सकलांचेच घरी
धाग्यांचे उपयोग करती, जो तो आपआपल्या घरी
असा हा धागा...

देवाचे नाव

घ्या रे घ्या तुम्ही घ्या रे घ्या
देवाचे नाम तुम्ही घ्या रे घ्या ॥धृ॥

नामाने वाल्याचा वाल्मिकी झाला रे
ध्रुवाला अढळ स्थान ते दिले रे
देवाच्या नावाने या जगती कित्येक तरले रे ॥१॥

प्रल्हादाने नामाला नाही सोडले रे
मिराबाईच्या हृदयी गिरीधर थांबला रे
कितीक सांगू या नामाचा खरा महिमा तुम्हा रे ॥२॥

अमृताहुनी गोड आहे नाम रे
नामदेवांनी ती गोडी चाखली रे
नामाचे कौतुक तुकोबांनी आपल्या अभंगी केले रे ॥३॥

देवाचे नाम आहे किती सोपे रे
जो घेईल तो भवसागर तरेल रे
नामासाठी नाही लागत काही साधन रे ॥४॥

इष्ट देवतांचे घेता नाम वाटे समाधान रे
सर्व चिंता, दुःख जाती पळून रे
म्हणुनी म्हणतो तुम्ही घ्या देवाचे नाम रे ॥५॥

लगीन धोब्याचे

उन्हायाचे दिवस होते, पोरं-सोरं खेयत होते

मी बाजीवर बसून, माहे डोये लागत होते

तेवढ्यात लग्नावाले आले, मले सांगत होते

म्हणत, 'अरे वसंता, लग्नासाठी तयार राहेजो'

येशी पासी सात वाजता

म्या म्हतलं, 'लगनाले जायतं तं करा लागीन एक '

आपले कपळे इस्तरी करा लागतीन लेक

कपळे भरले थैलीत, धोब्याकडे गेलो ऐटीत

धोबी म्हणे, 'आता आला काय? रात्री नऊ वाजता

मोठ्या सकायी ये जो, अन् कपळे ने जो वसंता'

म्हतलं, 'सकाय तं सकाय, आपल्याले करा लागते काय?

लवकर उठलो, तोंड-मोंड धुतलं, आंग-मांग धुतलं

कपळे आण्याले गेलो तं बंद होती धोब्याची टपरी'

म्या म्हतलं आता तं गोठच झाली बुरी

तेवढ्यात सहदेव मले भेटला, 'काय वसंता, कुठी चालला?'

धोब्याकडे आलो होतो पण

'अरे, तो तर त्या लग्नाले गेला,' सहदेव म्हणाला

म्या म्हतलं, 'तू त्याले पाह्यलं काय?'

तर सहदेव म्हणे, 'मी तुयाशी खोटं बोलतो काय?'

'अरे, त्यानं चौकडीचं, फिक्कट निव्ळ्या रंगाचं कुडतं घातलं होतं अंगात

अन् पांढरा पैजामा होता इस्तरीचा ढंगात, अन् रुमाल होता गळ्यात'

असं ऐकून वसंता खालीच बसला

मायावालंच कुडतं अन् पैजामाबी माह्यावालीच, इस्तरी करून

घातला अन् माह्या अगुदर लगीन लाव्याले गेला

याला म्हणतात वस्ताद

तू तिकडे लगीन लाव, मी इकडे वर पायतो

डावा-उजवा

या हाताने घेणे अन् त्या हाताने देणे
देण्या-घेण्यासाठीच देवाने दिधले हाताचे देणे।
या हाताने करणे, त्या हाताने भरणे
पाप-पुण्य घडते या हाताच्याच कारणे।
हातामध्येही फरक आहे सरस नि निरस
निरस ठरे डावा, उजवा ठरे सरस।
या हाताने दिले तरी त्या हाताला न कळे
त्यालाच म्हणतात-सत्पात्री दान झाले।
हस्तांदोलनाने प्रेम प्रकट ते दर्शवते
हातांच्याच प्रहाराने शत्रुत्वाला जाग येते।
हात दाखवताच वाहनाला थांबवता येते।
हात हलवल्यास, निरोप देऊन रवाना करता येते।
उजव्या हाताने रक्षण करण्या, तलवार चालवता येते।
डाव्या हाताने ढाल पकडून स्वतःचे रक्षण करता येते।
उजव्या हाताने उदरभरणासाठी भोजन करता येते।
डाव्या हाताने सकाळी ढुंगण साफ करता येते।
उजव्या हाताने गाडीचा वेग वाढवता येतो
डाव्या हाताने ब्रेक लावुनी वेग कमी करता येतो।
उजव्या बाजूला पतीने आसनस्थ व्हावे।
डाव्या बाजूला पत्नीने स्थान ग्रहण करावे।
कोणताही हात मोडो, एकाच गळ्यात पडते।
हातांच्याच थांबण्याने सर्वच काम अडते।
हातात हात घालून काम करा एकजुटीने।
वरदहस्त मिळवून गंगेत हात धुऊन घ्या।
मगच कोणतेही काम आपल्या हाताशी येईल।

असाच मी वागणार

आई, डॉक्टर मी होणार, रोग्यांची सेवा करणार ॥धृ॥

आई, पेशंटला मी तपासणार
त्याला औषधे देणार
त्याच्या कुटुंबाच्या चेहऱ्यावर हास्य मी फुलवणार ॥१॥

आई, ऑपरेशन मी करणार
बँडेज मी बांधणार
आई, त्याला त्याच्या पायावर उभे मी करणार ॥२॥

आई, मी रोग्याला आधार देणार
योग्य तीच फी घेणार
आई, आर्थिकदृष्ट्या नाही त्याला फसवणार ॥३॥

आई, असा समाज घडवणार
की जो डॉक्टरवर हल्ला नाही करणार
आई, समाजाला डॉक्टर मध्येच देव दिसणार ॥४॥

आई, निसर्गाचा आधार घेणार
अंधश्रद्धा दूर करणार
आई, या माझ्या मातृभूमीला नवी दिशा देणार ॥५॥

आई, असाच मी वागणार
नाही त्यात खंड पडणार
आई, यासाठी करतो तुझ्या चरणी नमस्कार ॥६॥

लहरी इच्छा

पावसाला हाक मारी, छोटा बेडूक आपल्या आवाजाने
लपून बसुनी होई व्याकूळ जीव त्याचा त्या गर्मीने
काळे ढग बघुनी आकाशी, मोर नाचे जंगलात
फुलवी रंगीत तो पिसारा, थुई थुई करी आनंदात
तहानलेला चातकपक्षी, वाट पाहे हरघडी त्या पावसाची
कधी होईल तृप्ती, येत्या पावसाच्या सरींनी माझी
घाम गाळुनी बळीराजा, मशागत करुनी शेतीची
वाट पाहे मृगाची अन् येणाऱ्या अमृतधारेची
'पेरें व्हा' म्हणणारा पक्षी, ओरडुनी सांगे भूमिपुत्राला
बी-बियाणे, बैल-औत तयार ठेव शेती पेरणीला
उन्हाने तापलेली भूमी शांत होई मेघ वर्षावाने
थोड्याच दिवसांत भूमाता परिधान करेल हिरवा शालू रंगाने, ढंगाने
वरुण राजा करेल आगमण, ढगांच्या त्या वाजंत्रीने
झोप मोडेल सर्वांची, जागृत करील आपल्या आवाजाने
रात असो वा दिवस सर्वत्र नजर टाकेल विद्युल्लतेद्वारे
तृप्त करेल तो सर्वांना आपुल्या लहरी इच्छेद्वारे।

माझे शिवार

ये ग ये ग सरी, माझ्या या शिवारी
शिवार भिजू दे, नको घोर जिव्हारी ॥धृ॥

घाम गाळुनी मेहनत केली
माझ्या या बैलांनी साथ दिली
आनंदाने पेरणी करण्या, झाली ही तयारी ॥१॥

सारे मिळुनी तण काढू
शेतामधुनी धन पिकवू
कष्ट करुनी उत्पन्नात, मारू ती भरारी ॥२॥

हिरव्या रानात पक्षी रमती
चिवचिव करुनी गीत गाती
त्यांच्याच सुरात रमुनी, खाऊ या भाकरी ॥३॥

कापणी करू या पिकाची
मळणी करू या धान्याची
सुगीचे गाणे गाऊन, आणू लक्ष्मी घरी ॥४॥

पूजा करू या लक्ष्मीची
कणगी, कोठारे भरू धान्याची
धनाची गरज पडता, विकू धान्य बाजारी ॥५॥

भूमिपुत्र

'बळीराजा' म्हणुनी का हिणवता त्याला?

शेतकरीच म्हणा ना, नाही मानाचा तो भुकेला

राजांची चालत असे हुकूमत सर्वांवर

येथे तर सर्वांचीच हुकूमत असते शेतकऱ्यांवर

शेतकरी आतुरतेने वाट पाहे मेघराजाची वरती

आकाशी ढग दिसती, पण ना ते बरसती

शेतकऱ्यांना केवळ दुरूनच वाकुल्या ते दावती

आशेचे निराशेत रूपांतर ते नित्यची करती

हवामान खातेही थापा मारून शेतकऱ्यांना फसवती

इतके टक्के तितके टक्के पाऊस येणार बरसाती

असे विधान करूनी, त्यांना आपल्या जाळ्यात ते धरती

हिंमत नसूनही, कर्जाच्या आधारावर आपली शेती

बियाणे-खते घेऊनी, समदु:खाने ते पेरती

पेरणी करून समाधानाचा सुस्कारा देऊनी घरी येती

काम करणे, घाम गाळणे नाही कधी थांबणार

पाऊस असो वा थंडी अंगातुनी घाम तो गळणार

कष्टांचीही भाकर, नाही मिळत त्याला पोटभर

सदाच त्याचे पाठी असते घाई जन्मभर

विश्रांती नाही घेतली त्यांनी कधी क्षणभर

परिवारांकडे लक्ष द्यायला वेळ ना मिळे पलभर

बाजारीही वाजवी भाव न मिळे आपल्या उत्पन्नाला

उत्पन्नापेक्षा खर्चच जास्त लागला असे आपल्या शेतीला

बँका -सावकार व्याजाचे लचके तोडुनी त्याला खाती

ते आपले पोट भरती, ढेकर देऊनी आनंदाने जगती

बिचारे शेतकरी चहूबाजूंनी, तोडल्या नाडल्या जाती

म्हणूनच या जगाला कंटाळुनी ते आत्महत्या करण्या वळती

जय जयकार

तीन पात्यांची हरळी, एकूण एकवीस हरळी
चतुर्थीच्या दिवशी, आघाडा-जास्वंद हरळी
श्रीगणेशाला वाहू या अन् 'गणपती बाप्पा मोरया'चा जय जयकार करू या।

तीन पाने बेलाची, तीन फुले धोत्र्याची
सोमवारच्या दिवशी मंदिरात जाऊ या
भोळ्या महादेवाला ती वाहू या अन् 'हर हर महादेव'चा जय जयकार करू या।

अर्काची फुले आणू या, मंदारमाला बनवू या
शनिवारच्या दिवशी पारावरती जाऊ या
हनुमंताला माला ती वाहू या अन् 'बजरंगबली की जय'चा जय जयकार करू या।

तुळशीच्या मंजिरी अन् पाने आणू या
एकादशीच्या दिवशी तुळशीमाला बनवू या
विठोबाला वाहू या अन् 'पुंडलीक वर दे हरी विट्ठल'चा जय जयकार करू या।

पारिजातकाची ताजी फुले आणुनी हार बनवू या
शुभ मंगलदिनी, फुलांचा हार बनवू या
श्रीकृष्णाला वाहू या अन् 'गोपाल कृष्ण भगवान की जय'चा जय जयकार करू या।

सुंदर हळदीचा भंडारा बनवून आणू या
नंतर मंदिरात आनंदाने जाऊ या
खंडेरायावर भंडारा उधळू या अन् 'येळकोट-येळकोट जय मल्हार'चा जय जयकार करू या।

झेंडूची फुले आणुनी त्याची माला बनवू या
शुभदिनी आनंदाने, धनाची देवता लक्ष्मीची पूजा करू या
या मातेला हार अर्पण करू या अन् 'लक्ष्मी माता की जय'चा जय जयकार करू या।

जागा

जागा घेतली, जागा मोजली
बांधकाम केले सुरू
खोदला मुरूम, फेकली माती
आणली दुरून गिट्टी
वीटा इतक्या, रेती तितकी
सिमेंट लागले इतके
लोहा इतका, रस्सी तितकी
सेंट्रिंग लागले इतके
पाईप इतके, वायर तितके
लाईट लावले इतके
इकडे पाणी, तिकडे पाणी
मोटार लावली पाण्याची
मालक एकटे, गवंडी तितके
मजूर लागलेत कित्येक
इकडे फिटिंग, तिकडे लायटिंग
लवकर केले वेल्डिंग
कलर कोणते, कलरिंग जेथे
पुटिंग केले तेथे
वास्तू इकडे, ब्राह्मण तिकडे
केली शांती लगेच
वास्तू बांधली, चैन झाली
सुखाने राहू लागलो

जीवनाचा मार्ग

जागोजागी मुंग्या दिसती
सदा शिस्तीत त्या वागती
रांगेत नेहमी त्या चालती
पण उपदेश कोणा ना करती
कणाकणाने बनवती वारूळ
जसे दिसते ते मातीचे देऊळ
वारूळ बनवती दमादमाने
एकीने सहकार्याने अन् शिस्तीने
भरती कोठार अपुले उदरभरणाचे
सर्व मुंग्यांच्या संसाराचे
शत्रू शिरता घरात कधीतरी
तुटुनी पडती त्यावर सर्वजणी ।
वारूळात असती मजल्यावर मजले
जाण्या-येण्याचे रस्ते चांगले
नसे त्यांना वारूळात, प्रकाश वा दिवा
नसती खिडक्या, तर कुठली हवा?
एकाच वारूळात राहतात किती?
असतील कोणती कोणती नाती?
छोट्या मुंग्यांपासून शिकावी शिस्त
तरच जीवनाचा मार्ग मस्त!

गुलाबाचे रोप

गुलाब रोप का सुकत चालले असोनिया पाणी
ना कळे कोणालाही, काय असे ही करणी?
आजतागायत फुले फुललीत त्या डहाळ्यांवरती
कळ्याही कित्येक दिसती त्या फुलांच्याभोवती
कोमल त्याची कांती होती, दिसे हिरवीगार
रंगीबेरंगी फुलपाखरे उडती त्यावर मजेदार
खतपाण्याची नाहीच ठेवली कोणतीही कसर
तरीही का पडली ही वेगळीच भुरळ
सर्वच फुलझाडांवर केली, रसायनाची फवारणी
नाही सांगत विनाकारण कोणतीही फुशारकी
जे दिसते, तेच बोलतो, या गुलाबाविषयी
काय घडले असावे? नाही कळत या रोपाविषयी
हेच कोडे सोडवेल का कोणी? आपल्या हुशारीने
माझी तर मती कुंठित झाली अशा या प्रसंगाने

पुत्र व्हावा ऐसा

ज्याचे माता-पिता देवाघरी गेले या जगती

तयांची मायेची आसवे आटली, लोक म्हणती सहजगती

माता-पिता असे तोवर होती गालावरती लाली

त्यांचे वरदहस्त झाले कमी, फिकट झाली झळाळी

मायेचा शब्द न ये कानी, तेव्हापासून हा कधी

तेवढेच ऐकले शब्द, असतील जेवढे होते आपल्या नशिबी

जीवन म्हणजे कर्माचा खेळ असे, रात्रंदिन या भुवरी

पूर्वकर्मानुसार घडले आपले जीवन, लिहिलेले त्या माथ्यावरी

माता-पित्यांनी संततीस सोडले, जीवनाच्या रंगमंचावर

त्या मंचावरील काही पात्रे लुप्त झाली, काही झाली अजरामर

अजरामर झालेल्यांचा आजही होतो सत्कार व जय जयकार

त्या पात्रांचे कसब म्हणावे की माता-पित्यांचे उपकार

माता-पित्यांची प्रेरणा अन् बालकांचे यत्न आले कामी

यालाच म्हणत आलेत पूर्वज, 'पुत्र व्हावा ऐसा' खरा नामी!

वाट

वाट पाहून पाहून हंबरडा फोडत असे वासरू

कधी येईल माझी माय? असा किती विचार करू?

कासावीस होई गाय, वासराच्या मायेने व चिंतेने

गाय म्हणे, कधी सरेल ही धुळीची वाट चालल्याने?

चिमुकल्या चोची, किती वेळ आ वासुनी ठेवती एकाग्रतेने

ती पिल्ले, मातृत्वाच्या, वात्सल्याच्या भुकेने

पक्षिणी ही निघाली अपुल्या घरट्याकडे वेगाने

पिले वाट पाहत असतील याच विचाराने

बाळ रडून रडून आकांत करते बेभानपणे

कधी मिळेल आईचे दूध-ऊब सहजपणे

पान्हा फुटे आईला, ऐकून बाळाच्या नि:शब्द आवाजाने

जाणीव होई तिलाच बाळाची, मनस्पर्शने

ओढ नववधूला क्षणोक्षणी लागते माहेरची

माहेरच्या पूर्वघटित आठवणीतील घटनांची

हुरहुर वाटे माता-पित्याला, बेचैन होती मनाने

तहान भागवती आठवणीतील बाललीलांच्या ताकाने

शेतकरी घाम गाळून, मशागत करती काव्या आईची

लागेल तेवढी खत-बिजवाई आणती महाग मोलाची

आकाशाशी नजर जोडती, अपेक्षित पावसाची

की व्यर्थ जातात माझे श्रम वीज चमके मनाची

मेघ बरसतील या आशेने भूमी पोसते सजीवांना

पाहून तृप्त होईल भूमीचे पाण्याचे साठे भरले असताना

पावसाची वाट पाहते मी चातकाच्या रूपाने

सर्वच सुखी राहावे हीच सदिच्छा देते आनंदाने

तलाव

तलावाचे जीवन गुलामासारखे

वाहण्यापासून पाणी असे पारखे

तलावाचे काठ नाही जाऊ देत पाणी

हे जाणून तलावाचा जीव होतो पाणी पाणी

एकाच जागेवर राहून करमेनासे होते

जणू काही पोटात कालवाकालव होते

ठीक नसते तब्येत तलावाची उन्हाळ्यात

होते अपचन कधी कधी पावसाळ्यात

नव्या लावून माझे पाणी तुम्ही नेता

माझा जीव होतो तेव्हा रिता रिता

माझ्याच अंगाखांद्यावर आबालवृद्ध पोहती

आनंदाने ती जलचरे ही मजसवे रमती

काही नाव चालवती, मौजेखातीर आपल्या

शाळेच्या सहलीही येती, गुरुजीसह आपल्या

आनंदाने आनंद वाढतो, आयुष्यासाठी

मी गुलाम असूनही सदैव तयार, आपले स्वागत करण्यासाठी

पहिला पगार

नोकरीचा पहिला पगार आणला दादाने

कोणाजवळ द्यावा, ग्रासला या विचाराने

गेला प्रथम बाबाजवळ, दंडवत त्यांना केला

म्हणे, 'बाबा, हा पगार घ्यावा माझा पहिला'

'तुझ्या या विचाराने अभिमान मज झाला

शाबास बेटा! दीर्घायुष मिळो तुजला

जा तुझ्या आईजवळ ठेव हा पगार'

गेला आईकडे पगार घेऊन, माथा ठेवला चरणावर

आई म्हणाली, 'बाळा, तुझी अर्धांगिनी

लक्ष्मीच्या रूपाने आली आपुल्या घरी

तिच्याजवळ देऊनी हा पैका नवा

सार्थक कर आपुल्या त्या वचनाला'

लक्ष्मीकडे गेला दादा, स्मरून आईच्या कथनाला

पत्नीने विस्मयतेने येताना पाहिले आपल्या नवऱ्याला

आई-बाबा राजी नाही, पगार घ्यायला

म्हणून आलो तुझ्याकडे मी पगार द्यायला

पत्नीने स्मित केले, उत्तर दिले कथनाला

'संसार भार हा माझ्याकडे देता कशाला?

ज्यांनी तुम्हाला पोसले, मान त्यांचा असे पहिला

मी तर आता आले, मालकी नको मला

कमाईचा पैसा, लक्ष्मी म्हणती त्याला

देव्हाऱ्यात ठेवा, असे वाटते मला'

दादांनी तो पैका देव्हाऱ्यात ठेवला

हात जोडुनी नमस्कार केला देवाला

ज्याला लागला पैसा, त्यातून त्याने घ्यावा

मालकी नसे कोणाची, रीत आपल्या घराण्याची

नीतीमत्तेची आणि आपुलकीची

खेडं

खेड्यात गल्ली-बोळात हिंडताना फिरताना

नजरेत पडल्या खचलेल्या पडक्या भिंती नाना

कोपऱ्यावर एखादी असे विहीर खचलेली

पडकी असेल, सुकलेली अन् आटलेली

मंदिरावर मळका झेंडा फडकताना वाकड्या दांडीचा

अन् दिसे तो रंग काळ्या पडलेल्या कळसाचा

तीन-चार लाकडांची ओंडकी पडलेली गल्लीत

त्यावर दोन म्हातारी बसलेली चिलीम ओढीत

दोन उघडी पोरं होती खोक्याच्या दुकानासमोर उभी

कुरकुऱ्याची थैली घेऊन पाहत होता पोंगे बोटात धरण्याची खुबी

बाईच्या कडेवर लेकरू, घेत होती मसाल्याची पुडी

पण तिला कोणाचा आवाज आला, आण बाबासाठी तंबाखूची पुडी

सुकलेल्या भाजीची टोपलीवाली बारीक आवाजात म्हणत होती

घेता का टमाटे, वांगी अन् ताजी ताजी मेथी

दोन वासरे अन् हडकुळ्या गाई आल्यात मोकळ्या गल्लीतुनी

आपलाच आहे हा रस्ता असे वाटले असावे त्यांच्या मनातुनी

शाळेतला पोरगा दप्तर फिरवत फिरवत चालला

म्हैस समोर येताच एकदम, तो फारच दचकला

एका बिल्डिंगजवळ दिसला सुरू असलेला पाण्याचा नळ

बादली भरून पाण्याने गाठला बाहेरचा तळ

कुत्र्यांची झुंडच्या झुंड कोणावर तरी होती भुंकत

पण त्यांच्याकडे कोणीही पाहिलं नाही ढुंकून

बैलगाडीवाला आला आपल्या बैलांना करत चक चक

म्हातारी चालली होती, काठी घेऊन दचकत दचकत

एका वाड्याचं एक फाटक मोडलेलं, दुसरं होतं बांधलेलं तारात

घरच्या परिस्थितीचं दर्शन होतं, होतं त्या फाटकात

अशी विदीर्ण स्थिती दिसते भारतातल्या प्रत्येक खेड्यात अन् गावात

इंडियातली काही लोक राहतात, नवीन सिमेंटच्या जंगलात

कॅमेरा

आई आणि बाळ, राहत होते झोपडीत

वडील गेले देवाघरी, जगत होते काटकसरीत

बाळ शिकू लागले, संस्कार त्यावर आईचे

पोटाला चिमटा देऊन, आईने मोठे केले मायेने

मुलगा शिकला, नोकरीवर लागला

आईच्या वचनाला नेहमी तो जागला

मातेच्या आशीर्वादाने मोठा तो झाला

नोकरीच्या क्षेत्रात जम त्याचा बसला

आई म्हणे त्याला, हवी सून मला

तुझ्या लक्षात असेल आई, तर सांग मला

लग्न झालं मुलाचं, सून आली घरी

नवी सून पाहण्या, जमले शेजारी-पाजारी

फिरायले गेली नवी जोडी

त्यासाठी केली त्यांनी स्पेशल गाडी

फिरता फिरता एका गेले दुकानात

एक गोष्ट घ्यायची, सांगतो तुझ्या कानात

वस्तू होती कॅमेरा, फोटो नवीन काढायचा

पत्नीनं आग्रह धरला, फोटो काढा माझा

पती म्हणू लागला पहिला फोटो काढू आईचा

तिच्या सुखी अन् हसऱ्या चेहऱ्यासाठी

घेतला मी हा कॅमेरा

मला प्रेरणा देत होता हसरा तो चेहरा

बायकोने ऐकून घेतले, बोलली नाही काही

स्तुती केली मनात पतीची, डोळे उंच करून पाही

पक्षी-पाणी

मातीची पसरट भांडी कुंभाराकडून आणली
पाण्याची एक कॅन विहिरीवरून भरून घेतली
शेतात गेलो, तहानलेल्या पक्ष्यांना पाजाया पाणी
इकडं-तिकडं पाहिलं तर शेतात नव्हतं कोणी

चार बाजूला चार झाडं होती बांधावर
मातीची भांडी दोरीने बांधली झाडांवर
भरून ठेवली, थंडगार पाण्याने ती भांडी
भांड्यावर नेहमी राहत होती सावली थंडी

पक्षी यायचे, चोचीने प्यायचे पाणी
कोणी देत नव्हतं त्यांना हुलकावणी
काही पक्षी तर त्यात करत अंघोळ
त्यामुळे पाणी होत होते गढूळ

भांडे साफ करून, भरले जाई पुन्हा
शरीरधर्म असे, नसे तो गुन्हा
चारी दिशांतून येऊ लागले पक्षी
त्याला फक्त मीच होतो साक्षी

असे करून संपला तो उन्हाळा
सुरू झाला नेहमीचा मग पावसाळा
शेती पेरली, उगवले पीक आले वर
पीक चांगले दिसू लागले वर वर

पण अळ्या पडू लागल्या त्या पिकावर
मी नजर टाकली, पिकावर दूरवर
पक्षी वेचत होते पिकांवरील अळ्या चोचीने
घेऊन जात होते अळ्या, आपल्या पिल्लांना हौसेने

यशस्वी झाला प्रयोग, पाणी पाजण्याचा
फडशा पाडला पक्ष्यांनी पिकांवरील अळ्यांचा

विद्या

विद्या ही मानवाचे असे सुंदर अंग
त्यालाच अलंकारही म्हणती महंत
तिजोरीत नाही ठेवता येणार हे धन
विद्या आहेच जणू झाकलेले गुप्त धन

विद्येनेच काढून टाकावा अज्ञानाचा काटा
विद्येनेच विद्या मिळवण्या आहेत वाटा
विद्या असे सावलीसम आपल्या समवेत
बोजा नसे तिचा कोणासही तो सतत

धनवानाचे नाही करत कोणी स्वागत
विद्वानाचा कोठेही, कधीही होतो आदर
विद्वत्तेमुळेच आहे मानवाचा यथार्थ मान
हाच फरक असे जनावर अन् मानसात

पडेल कामी विद्या सदा सर्व काळी
प्राप्त असेल जेवढी, असेल लिहिली आपल्या भाळी
विद्या असे हे सकलांचे दैवत
म्हणूनच म्हणती, 'विद्या परम दैवतम्'!

रंग

प्रेमाच्या प्रतीकाला रंग मिळाला
फुलांचा राजा, काटेरी गुलाबाचा

राजेशाहीचा थाट असे
भव्य त्या जांभळ्या रंगाचा

विस्तृत बंधुभाव बाळगणारा रंग
त्या आकाशाचा निळा

प्रतीक त्यागाचे, बलिदानाचे म्हणती
ज्यांना ते असती भगवा वा केशरी

प्रगतीचा, भरभराटी वा पुढे जाण्याचा
शालू (अंगरखा) तो वनस्पतीचा रंग असे हिरवा
धवल, निष्कलंक, शांतीचा मार्ग
दर्शवी रंग तो शुभ्र पांढरा

लाल रंग धोक्याचा, थांबण्याचा, सौभाग्याच्या

लेण्याचा अन् पोष्टाच्या त्या लाल पेटीचा

पिवळा रंग बने तो हळदीचा

भंडारा असे खंडेरायाच्या जेजुरीचा

रंग काळा मानती अशुभ

पण आहेत त्याचेही लाभ खूप

बंद पाळायचे तर लावुनी काळ्या फिती

इतरांना ते त्यांचा निषेध दावती ।

सप्तरंगानी बने तो इंद्रधनु आकाशी

घडे चमत्कार हा अन् पडे दृष्टीशी

मूळ रंग असती इन-मीन-तीन

त्यांचे वंशज असती अगणित

रंगाचाही उत्सव असतो रंगपंचमीला

एकमेकांवर रंग फेकुनी, आनंद मिळे मानवाला!

नाव - टोपणनाव

आईनं नाव ठेवलं सोनोपंत

पण म्हणत त्याला सोनू

सोनूचा ही सर्वांनी केला सोन्या

सोन्याची झाली शेवटी बिल्ली

याला कारण त्याचा चेहरा बिल्लीसारखा

बिल्ली नावानेच ओळखत त्याला

आपल्या सोनू नावाला झाला तो पारखा

बिल्ली म्हणूनच त्याचा परिचय झाला

नाव किती होतं चांगलं

पण आई-बापांनी मुलांनी ते वेशीला टांगलं

नाव ठेवलं हौसेनं पण हाक मारत रागानं

बाकीच्यांचा तरी काय दोष? आई-बापांनाच नसे होश

दाखल्यावर असे सोनोपंत नाव, या नावाने ना ओळखे त्याला पुरं गाव

बिल्ली म्हणूनच जाणतात, त्याच्या ओळखीचे जाणकार

त्याचं लग्न झालं, बायको आली घरी

मित्र आले बिल्लीच्या दारी, ते त्याच्या बायकोला विचारी

बिल्ली आहे का घरी? बायको म्हणे, कोण बिल्ली?

तो तुमचा घरधनी, आहेत घरात, हाक मारा तुम्ही

बिल्ली, ओ बिल्ली! हाक मारली जोरात

घरातून बिल्लीचा आला होकार

बिल्ली आली दारी, गेली मित्रांच्या सामोरी

बाईने केले मोठे डोळे, पण बिल्लीचे काही ना चाले

बाई म्हणे बिल्लीला, एकदा मित्रांवर करा फिस

कुठे सोनोपंत आणि कुठे बिल्ली

कहाँ राजा भोज आणि कहाँ गंगू तेली!

डॉक्टर काय म्हणतात?

पेशंट दवाखान्यात गेला

टेबलावर तो झोपला

डॉक्टर म्हणतात पेशंटला

तब्येत नाही सांभाळली

इतके दिवसरात्र कमावली

ती दहा दिवसात गमावली

तुम्हाला कितीदा म्हटले

काहीही खा, पथ्ये नाही तुम्हाले

पचेल ते खा, खाऊ नका जास्त, शरीर होईल सुस्त

खाऊ नका कमी, राहता कशाला उपाशी

खाऊ नका शिळं, पोटात होईल मळमळ

रोज खावे ताजे सकस, येईल तुमच्यात ताकद

दवा घ्या वेळेवर, बिमारी पळेल दूरवर

विनाकारण घेऊ नका दवा, नेहमी हात-पाय धुवा

सर्व नियम पाळा, वाईट गोष्टी टाळा

आज्ञा पाळा डॉक्टरची, नसे ती तोट्याची

विद्यार्थी लक्षणे

विद्यार्थ्यांना झोप असावी
जागृत कुत्र्यापरी
आवाज येता झोपेतून उठी
अपुल्या कार्याप्रती

    आपल्या लक्ष्यावर ठेवावे
    एकटक ध्यान
    बगळा जसा मासाच पाही
    अफाट पाण्यात

आपल्याला जे हवे आहे
त्यावरच ठेवावी दृष्टी
इतरत्र न पाहावे
न व्हावे कधी कष्टी

    आपण विद्यार्थी आहोत
    हाच विचार ठेवावा मनी
    व करावे आपले कार्य
    तन मन अर्पुनी

विद्यार्थ्यांनी आकंठ न जेवावे
पचेल तेवढेच खावे
अल्प तो आहार घ्यावा
शरीरधर्म पाळावा

    हेच असती लक्षणे विद्यार्थ्यांचे
    तरच विद्या केल्या जाईल प्राप्त
    त्याचेच गुण गात असतात
    सोयरे, मित्र, नातेवाईक आणि आप्त

सातत्य

सातत्य असे ज्याचे कामात
यश येई त्याचे हातात
सातत्याने होई प्राप्त ते कसब
ना सांगी तो मग कसलीही सबब

सुताचा दोरा कापी, कठीण त्या दगडाला
मूर्तीरूप येई सरावाने, भल्या मोठ्या पाषाणाला
ओले मूळ ही चिर पाडी कठीण त्या दगडाला
सरावानेच काबीज करती आपल्या यशाला

अभ्यासाचे हेच गुपित असे सरावाचे
अंधारातही वस्तू दिसती आपल्या सरावाने
आंधळाही रस्ता चालतो आपल्या सरावाने
पोहणाराही पाण्यावर तरंगतो आपल्या सरावाने
तेंडुलकरला प्राविण्य मिळाले खेळातील सरावाने

नदीत खळखळ पाणी जे अखंड वाही
ते सातत्यामुळे निर्मळ अन् स्वच्छ राही
वाहत्या पाण्याला खंड पडता ज्या ठायी
शेवाळ होते, साचते डबके, ना कोणी पाही

ध्येय

ध्येय असावे प्रत्येकाला
दिशादर्शक जसे विमानाला
ध्येयानेच जीवन घडते
सुकाणूनेच नाव चालते
ध्येय सदा समोर ठेवुनी
अभ्यास करा लवकर उठुनी
या मार्गनि जो चालतो
तो यशपदाला निश्चित जातो
ध्येय मार्गावर असती काटे
प्रयत्नांती ते सर्व ही निपटे
महत प्रयासाने गाठती ध्येय
त्यालाच मिळते यशाचे श्रेय

गांधी जयंती

शाळेची घंटा झाली
मुले मैदानावर आली
एक सुरात प्रार्थना झाली
भारतमातेची स्तुती केली

      मुले वर्गात येऊन बसली
      गुरुजीही त्वरित आले
      मुले सर्व उभे राहिली
      'नमस्कार गुरुजी' म्हणू लागली

गुरुजींनी दोन्ही हात हलवले
मुले सर्व खाली बसली
गुरुजींकडे पाहू लागली
गुरुजी त्यांच्याशी बोलू लागले

      गुरुजींनी विचारले, 'आजचा वार?'
      मुले म्हणाली, 'सोमवार'.
      आजची तारीख, 'सांगतो कोण?'
      आज आहे ऑक्टोबर दोन

हा जन्म दिन कोणाचा?
महात्मा गांधींचा
त्यालाच म्हणतात गांधी जयंती
म्हणूनच आणली ही पणती

      दीप लावू प्रकाशासाठी
      हार अर्पूया फोटोसाठी
      अगरबत्ती लावू फोटो पुढे
      त्यांच्या विचाराने ना कोणाचे अडे

त्यांचे होते एकच तत्त्व
अहिंसा, शांती आणि सत्य!

पत्ता

सामानाने भरलेला ट्रक आला येथे
ड्रायव्हरला माहीत नाही, जायचे कुठे?
पत्ता शोधत शोधत थांबला ट्रक चौकात
विचारू लागला, मालकाचा पत्ता चारचौघात
पत्ता होता मोघम न कळे योग्य मार्ग
एकमेकांकडे पाहू लागले, सापडे ना वर्म
पिंट्या म्हणू लागला आमच्या घराकडे राहतात थिगळे
आडनाव ते होतं, पण राहण्याचं ठिकाण वेगळे
डोके खाजवून झाले, डोळे बारीक करूनही झाले
पण मिळेना काही सुगावा, अपयश पदरी आहे
ड्रायव्हरने काढली एक नामी शक्कल
त्यासाठी चांगलीच असावी लागते अक्कल
म्हणे नाव पाहा ट्रकमधल्या अलमारीवरचं
नाव होतं लांबलचक सप्रेम भेट देणाऱ्याचं
एक ठेंगू म्हणे त्यावरची तारीख पाहा
तारीख पाहून करता काय? त्यावर आहे तारीख सहा
एवढ्यात मालकाचा फोन ड्रायव्हरला आला,
'कुठे आहे तुम्ही? लवकर सांगा आम्हाला'
मालक म्हणे, 'या गांधी चौकात, मी येथे आहे'
ड्रायव्हर म्हणे, 'हा मी आता ट्रक घेऊन येत आहे'
शब्दा शब्दांनी होते चूक
म्हणून लिहावे सर्व अचूक!

प्रवास

फाट्यावर गाडीची वाट पाहत होतो, सोबत होती मोठी थैली

दुरूनच बिनाकाचाची कालीपिली येताना दिसली

म्या म्हतलं आता फाट्यावर ही पाहिजे थांबली

असं म्हणतो न म्हणतो तं ती आली धावतच

ती नाही फाट्यावर थांबली अन् गेली रागातच

म्या म्हतलं मनात, कशाला भरोसा पाहिजे उगाच

जाऊ द्या गेली तं, ती काय आपल्या बापाची हाय?

मले एक मालूम, नाही तं नाय अन हाय तं हाय

मग एक मोटार-सायकलवाला आला सिंगल सीट

म्हतलं आता आपलं गणित बसते फिट

पण कशाचं काय अन् फाटकात गेला पाय

तो ही गेला धूपट सोडतच त्यावर नाही उपाय

इकडं-तिकडं पाह्यलं तं गाडीचा आला आवाज

एसटी दिसताच खरा ठरला माहा अंदाज

हात दिल्ला तं ती पुढं जाऊन थांबली

माह्या जवळ व्हती लगेजची भारीच थैली

कंडक्टरनं ईचारलं, 'कुठं जायचं हाय?'

म्या म्हतलं, 'ही थैली गाडीत न्यायची हाय?'

'मागची गाडी खाली आहे मागच्या गाडीनं या'

यालाच म्हणतात काय, 'प्रवाशांच्या सेवेसाठी'

कंडक्टरनं बेल मारली अन् गाडी गेली सेवेसाठी

अचानक मग छोटा हत्ती आला, थैलीपाशी येऊन थांबला

कुठे जायचं दादा? म्हणून मले इचारू लागला

म्या म्हतलं मार्केटात जावा लागते लेक

नाक्यालोक चाल्लो, बोलतो आम्ही नेक

नाक्यापासून पुढं भाऊ ते तुमी तुमचं पाहा

म्हणसानं तं चाला, ना ही तं चाल्लो आम्ही

काय करावं माणसानं, पैसे देऊन हमाली

कोणतं काम करावं? अन् कसं काम करावं?

कष्ट

तांबड्या दिशेला सूर्य उगवला
जिकडे-तिकडे प्रकाश पडला
पाखरेही उडू लागली दशदिशा
किलबिलाट ऐकू येई तो कसा कसा
मंदिरातील घंटीचा नाद घुमू लागला
वासरे-कोंबडे आवाज करती पहाटेला
गृहिणी लवकर उठती सडा समार्जनाला
गोपही जाती गोठ्यात, दूध दोहण्याला
उठुनी बळीराजा, जाई आपल्या शेतीला
समवेत बैलांची जोडी असते मदतीला
राब-राबुनी तो उपरण्याने पुसे घामाला
घाम गाळुनी मोती पिकवी या जगाला
दुपारी चार घास खाउनी शांत करी उदराला
तृप्तीचा ढेकर देऊन बैलांना सोडी कामाला
काळी माती आमची माता, अन्न देई आम्हाला
तिचीच लेकरे आम्ही, सुखी ठेव जगाला
रात्रंदिन राबतो आम्ही, गाठतो इच्छित ध्येयाला
'आधी कष्ट मग फळ' हे माहीत असे आम्हाला
जो गाळी घाम, करी काम, दाम मिळती त्याला
कष्टावाचुनी जो जगला, तो फळासी असे मुकला!

आनंदी

परडी घेउनी बागेत जायचे
बागेत जाउनी फुले आणायचे
रंगीत-सुगंधी फुलांनी बहरली बाग
कारंजाचाही असे तो सुंदर भाग

फुले ही तोडू की ती तोडू
की फांदीच तोडुनी ती घेऊ
सुगंधी-रंगीत फुले मन खुलवती
सुंदर पाखरे किलबिलाट करती

भुंगे-मधमाशा गुंजारव करती
रंगीत फुलपाखरे वर वर उडती
थेंब पाण्याचे टप टप करती
माळीदादा इकडे-तिकडे फिरती

विविधतेने हा भाग सजला
येथेच बसावे असे वाटे मजला
पण आई वाट पाहत असेल घरी
म्हणून उठावे लागले मला झडकरी

ताजी फुले घेऊन आले मी घरी
वाट पाहतच होती माझी आई ती दारी
आईपाशी दिली मी ती रंगीत फुलांची परडी
माझे काम पाहुनी गालातच हसली ती थोडी

परडी घेऊनी आई देव्हाऱ्यापाशी गेली
आनंदी मनाने तिने, फुले देवाला वाहिली
देव आनंदी, घर आनंदी, आईही आनंदी
आनंदीच सगळे असती, आनंदी आनंदी!

सार्थक जीवन

कसे उपकार विसरू तुमचे? सार्थक झाले जीवन आमचे
भूमाता म्हणाली ब्रह्मदेवाला,
तुम्ही सजीवांना जन्म दिला मज उदरी, पोषीत आले आजवरी
भूमाता शब्द पडता कानी, अभिमान वाटे माझे मनी
म्हणूनच म्हणते, 'कसे उपकार विसरू तुमचे, सार्थक झाले जीवन आमचे'

सजीव वृक्षवल्ली म्हणती भूमातेला,
तूच पोसले आम्हा, सकस बनवला चारा खाण्याला
आम्हासाठी चारा-पाणी, दऱ्या-खोरे राहण्यासाठी
म्हणून म्हणतो, 'कसे उपकार विसरू तुमचे, सार्थक झाले जीवन आमचे'

प्राणी म्हणती वृक्षवल्लरीला,
तुम्ही होता म्हणूनच रवंथ केले तृप्तीने राहिलो मानवाच्या सहवासाने
सहवास हा कामी आला, विकास हा आजवरी केला
म्हणूनच म्हणतो, 'कसे उपकार विसरू तुमचे, सार्थक झाले जीवन आमचे'

आबालवृद्ध म्हणती प्राण्यांना,
दूध, तूप दिले आम्हाला, खत-बैल दिले शेतीला
घोडे-बैल दिले प्रवासाला, जोडे-चपला पायाला
म्हणूनच म्हणतो, 'कसे उपकार विसरू तुमचे, सार्थक झाले जीवन आमचे'

माता म्हणे बाळास,
सार्थक झाले जीवन माझे, माझ्या पोटी तू जन्मला
गर्व आहे मज बाळा, माता म्हणवून घेण्याला
म्हणूनच म्हणतो, 'कसे उपकार विसरू तुमचे, सार्थक झाले जीवन आमचे'

पत्नी म्हणे पतीला,
धनी, लेकुरवाळी झाले मी आपल्या सहवासाने
तुमचा आधार मिळाला म्हणून जीवन फुलले माझे
म्हणूनच म्हणते, 'कसे उपकार विसरू तुमचे, सार्थक झाले जीवन आमचे'

पती म्हणे अर्धांगिनीला,
दोघांच्याही सहवासाने आपण पावलो माता-पिता पदाला
सार्थक झाले उभयतांचे या संसारात येण्याचे
म्हणूनच म्हणतो उपकार कसले मानते
सार्थक जीवन होण्याचे
ते तर कर्तव्यच अपुले एकमेकांना...

क्षितिज

हे मानवा, तू सुधारणा करशील किती?
हेच कार्ये करत गेल्यात तुझ्या पिढ्या किती?

　　　नाही दिसले अजून क्षितिज ते थांबण्याचे

　　　कालौघाबरोबर वाहत चालले, गलबत ते जीवनाचे

मेहनत अति खडतर ती, सर्व क्षेत्री सुधारणांची

पायरी यशाची चढत गेले तव त्या ध्येयांची

　　　नाही संपली अजून वाट ती महत प्रगतीची

　　　सर्व जगी ही स्पर्धाच वाढली अहमहमिकेची

पृथ्वी ही अपुरी पडली तुज, गेलास तू चंद्रावरती

शोधमोहिमा आखल्यास तू त्या मंगळावरती

　　　लौकिक वाढवला जगात तू संगणकाच्या कार्यिने

　　　हटला न मागे कधीही तू अवकाशशोधाने

कृषी पर्यटनात विकास करत आलास तूही अर्थिने

विस्तारत आहेत वस्त्या, गावोगावी त्या क्षेत्राने

　　　जीवनमूल्ये जपत आहेस, भारतीय संस्कृतीचे

　　　असे क्रमता सुधारणांनी रामराज्य येईल का रामाचे?

कोरोना

कोरोनाने वितरीत केले सुख-दु:ख
प्रसार माध्यमांवाल्यांना नसे तहान-भूक
किती सांगू आणि काय-काय सांगू
आकडे सांगू की माहिती सांगू
राज्याची सांगू की गावाची सांगू लोका

कोरोनाचे काम करू की ना करू
खोटे कारण सांगून वेळ का ना निभावू
मृत्यू सामोरा असुनी, या कोरोनाला हाकारू
सर्व उपाय-योजनांनी याला ठोकरू
असाच विचार करुनी सर्व सेवेकरी
देवाशिवाय कोणी नाही ना मारेकरी लोका

सॅनिटायझर, मास्क, कीट्स लागले किती
त्यात काही असली-नकलीची भरती
पेशंटच्या भरतीसाठी जागा पडे अपुरी
शाळा, कॉलेज, हॉल बनलेत कोरोना नगरी
बंदची झाली सर्वांवर काबू
कोणी पाहिली नव्हती अशी जादू
हे बंद, ते बंद, सर्वच बंद, कोरोनाने तोडले नाते, झालेत लोक धुंद

बंदने व्यवहार झाले मंद
मंद व्यवहाराने, प्रजा झाली कुंद
खर्च नव्हता, प्रवास-पंगतीचा, सभांचा
वाद नाही दागदागिने वा कपड्यालत्त्याचा
नव्हता आग्रह, फराळ चहा-पाण्याचा
चान्स नव्हता, मंडप, बँड फटाक्याचा
पेशन्ट असो जीवित वा मयत
नात्याचा त्याचा सख्खा असो वा चुलत
मित्र असो, गावकरी वा शेजारी
त्यासही नाही भेटणे आखरी

जगाचे प्रदर्शन

नाना वस्तू, नाना प्रकारच्या, नाना रीतीने मांडलेल्या
आपणाशी काही बोलती
आपणाला काही सांगती

नाना आकाराच्या, नाना रंगाच्या, नाना ढंगानी मांडलेल्या
बघता बघता चकीत होई मन
ना जागा सोडी तन

नाना आवाजाच्या, नाना नादाच्या, नाना त-हेने मांडलेल्या
समोर दिसता नवल वाटे
अज्ञानाचा तलाव आटे

नाना लोकांचे, नाना प्राण्यांचे, दर्शन होई नाना जीवांचे
विविधता तर आवडे जना
याच असती ज्ञान भांडाराच्या खुणा

नाना विषयांचे, नाना भाषांचे, ज्ञान होई जगताचे
कोट्यवधी जनांचा जगी पसारा
कोणी नाही एकासारखा दुसरा

नाना धर्मांचे, नाना जातींचे, नाना लोकांच्या पंथाचे
काळे-गोरे, उंच-खुजे
लाल रक्तावाचून नसे कुणी दुजे
नाना देशाचे, नाना प्रदेशाचे, नाना वसाहतीचे

संस्कृतीचे वृक्ष

वृक्षांची भरली एकदा ऑनलाईन सभा
वटवृक्ष अध्यक्षस्थानी दिसत होता उभा
सहभागी झाले बरेच वृक्ष, आंबा, पिंपळ, निंब अन् बाभूळ
वेली, झुडपांना संधी नाही म्हणून झाले ते व्याकूळ
आपापल्या परीने मांडू लागलेत गा-हाणी
सर्वांच्या उत्तरांचे सार होते, एकमुखी ती मागणी
सर्व म्हणू लागलेत आम्ही भारतीय संस्कृतीचे वृक्ष
पण आमच्याकडे सरकारचे होत आहे दुर्लक्ष
विदेशी वृक्षांची लावणी केली रोडच्या बाजूला
दोन चार वर्षात नष्ट होतील, समजेल मग सरकारला
आयुर्वेदात आहे आम्हाला खूपच मान
विदेशी वृक्ष करत आहेत आमचा अपमान
'मी एक बोलू काय? माझं नाव कडूनिंब
पण आरोग्यासाठी जणू काही माझाच रतीब.'
'मी आहे वड, आजच्या या सभेचा अध्यक्ष
पशू-पक्षी, मानवाच्या उपयोगी पडतो आपण प्रत्यक्ष'
'आभार काय मानायचे? आपल्याच बांधवांचे,' म्हणू लागला आंबा
आपण एकाच रंगाचे, मातीतले, आणि धर्माचे, त्यासाठीच होती सभा
यापेक्षा वेगळे काय आहे ते तुम्ही सांगा?

वचक

वचक नाही कुणाचा कुणाला, हो वचक नाही

राजकारणात मान-सन्मान गेला लयाला हो

आदर्श कुणाचा घ्यावा, हे ही कळेना समाजाला

नवीन पिढी शार्प आहे, म्हणतात सगळेच एकमेका

बलात्कार, चोऱ्या लुटमार होती शिक्षा होई पोलिसाला!

रक्षक तोच भक्षक होई, कोणी नाही तयार ऐकण्याला

वृद्धाश्रमाची वाढ होऊ लागली या आजच्या समयाला

टीव्ही, मोबाईलने, रसातळाला वाहत नेले सुसंस्कृत समाजाला

शेतकऱ्याची तर वाटच लागली, दुसरा मार्ग नसे जगण्याला

शाळेत विद्यार्थी शिकती, शिकवणी वर्गातही शिकवणी, निकालाचे श्रेय कोणाला?

ना शाळेतील गुण, ना शिकवणी वर्गाचे गुण, हे तर सरकारचे अवगुण

ह्यालाच काय सुधारणा म्हणायची, ताक प्यायचे फुंकून!

पिकलं पान

पिकलं पान गरगरत मंद गतीनं खाली पडलं

सांत्वनाचे शब्द कुणाचे ऐकण्यास कोठे नाही अडलं

ना कुणी दु:खाश्रू पुसले, शेवटच्या क्षणी

कोणते विचार असतील त्या पानांच्या मनी

कशासाठी, कोणासाठी जगलो आपण, नाही कळले जन्मभर

भ्रमच होता नात्या-गोत्याचा असेच म्हणावे वाटते क्षणभर

चूक दुरुस्त नाही होणार, आता ती कधीही

असेच जीवन जगत आलेत का पानं सर्वही

गळलेल्या पानांची जागा घेती नव पालवी

ते ग्वाही देत आहेत, एकजुटीने आम्हीही देऊ सावली

याच उमेदीने जगत आल्यात या पिढ्या जन्मभर

संक्रमण होई हर घडीला, जो त्या स्थितीत राहील कणखर

माणूस

सर्वांनाच जायचे या वाटेने
कुणाला आज, कुणाला उद्या तर कुणाला परवा
पण या सात दिवसात
कुणी कशाने मेला, केवळ नाव असे त्याला
अपघात, रोग, आग वा पाण्यात बुडाला
बरे झाले, लवकर आले, रोग वाढण्यापूर्वी
अन्यथा पेशंटची गती, हाताबाहेर गेली असती
मी प्रयत्न करतो, बाकी सर्व देवाच्या हाती
असेच म्हणती डॉक्टर, पेटती राहील जीवनज्योती
सांत्वन करती एकमेकांचे, धीर देती दुसऱ्याला
विस्मरण होता लागती आपल्या कार्याला
समाधान करती परस्परांचे, केवळ बोलण्याने
हळूच काळ निघून जाई सटरफटर गोष्टीने
माणूसच माणसाला फसवतो
आणि माणूस माणसाला हसवतो
काय म्हणावे मानवाला?
शब्द न सुचे मानवालाच!

भाषण

भाषण देउनी एकदाचे होई तो मोकळा
पण त्याच्याभोवती इतर का होती गोळा?
अभिनंदन, प्रोत्साहन देण्याकरता ही धावपळ
त्यामुळेच भाषणकरणाऱ्याला मिळते ते पाठबळ
भाषण म्हणजे केवळ वाक्यांची नव्हे भरती
कलेद्वारे जे सुविचार, श्रोत्यांना प्रेरित करती
खरा वक्ता एखादाच दिसून येतो दहा हजारात
अन्यथा बोलणारे असे कित्येक असती बाजारात
मनातील विचार मांडणे ही असे एक वक्तृत्वकला
ज्याला नाही जमले तो बोलण्यास मुकला
करी जो भाषेचा योग्य असा वापर
तया मस्तकी असे शारदेचा वरदकर!

मी ना संजय

मी असे नवरीचा देव
खान्देशचा नवरा, वऱ्हाडची नवरी
लग्न लागलं घाटावरी!
आबा-बाबा-काका मास्तर, सासराही मास्तर
नवरदेव मिळाला कंडक्टर!
सकाळी नाही, संध्याकाळी नाही
लगीन लागलं दुपारी!
लगीन नाही दारी, लगीन नाही मंगल कार्यालयात
लगीन लागलं विद्यालयात!
लग्राला नव्हता ब्राह्मण नव्हता कोणी भटजी
लग्राला होते ह. भ. प. माधवजी!

ओस मैदाने

मैदाने पडली ओस गड्या रे, मैदाने पडली ओस
नाही उपाय ठोस गड्या रे, मैदाने पडली ओस ॥धृ॥

दुबळे पतले, पोरं नेटके
डोळ्यावरती ऐनक लटके
नाही शरीराने भरघोस गड्या रे ॥१॥

नाही अंगी धाडस ना धीर
असेच पिढीचे हे तकदीर
कसा अंगी असेल जोश? गड्या रे ॥२॥

पुढे आदर्श कुणाचा ना उरला
मोबाईलचा तर ध्यास धरला
निघून गेला होश गड्या रे ॥३॥

जाण नाही खेळाची तयाला
खिलाडू वृत्ती गेली लयाला
खेळांनीच भरला कोश गड्या रे ॥४॥

धनापेक्षाही आरोग्य श्रेष्ठ
खेळ राबवणारेच असती भ्रष्ट
हाच होतसे जयघोष गड्या रे ॥५॥

सद्विचार

गिळू पाहे अंधार प्रकाशाला

पण दिवटीच्याही मिणमिणत्या उजेडाने

लाज वाटे तमाला

जगी ज्यास म्हणती पाप

ते होई अंधारात

त्या लोभाचाच जगी संताप

वाद होती परस्परात

समाजसुधारक करती सद्विचारांचे प्रबोधन

सद्विवेक देती समाजाला आंदण

घरादारात वर्षाव व्हावा विवेकसिंधूचा

विवेकाच्या भयानेच घाबरावा तम

अन् नाश व्हावा तमाचा

भारतभूमी ही प्रकाश अंधाराची

अखंड राहे ज्योत प्रकाशाची

अन् सदैव सद्विचारांची

हाच प्रकाश राहावा प्रत्येकाच्या अंत:करणी

कटिंग

पायटेच झपीतून तडकन उठलो
दारी वट्यावर येऊन मटकन बसलो
माय मले म्हणे, 'बाबू असा काऊन बस्त
वारकांकडे जाऊन कटिंग करून ये मस्त'
घाईघाईनं चपला घातल्या पायात
सीधाच गेलो, मंग वारकाच्या दुकानात
दुकानाला पाह्यलं तं कुलूप नाही दिसले
म्या म्हतलं, दुकानात चोर तं नाही घुसले
थबकलो अन् पाह्यलं तं उघडलं शटर
बरं वाटलं पाहून, आला वाटते पार्लर
म्हया म्हतलं दादा, 'मले करायची कटिंग'
पार्लरवाला म्हणे, 'बाबू येऊ देणं लायटिंग'
ईचार म्या केला, आता काय करू?
घरी जाऊ की थोडासाक थांबूनच जाऊ?
तेवढ्यात पार्लरवाला म्हणे, 'बाबू लायटिंग आली'
असं गोड आयकून, हासू आलं माह्या गाली
खुर्चीत बसलो तं समोर होता आरसा
माह्याकडं पाहून पार्लरवाला खुश नव्हता फारसा
म्या म्हटलं दादा, 'कटिंग करायची वनसाईड'
पार्लरवाला म्हणे, 'त्याचा नाही कोणी महा गाईड'
अंगावर कपडा टाकला पारोसा वनसाईडचा नाही भरोसा
कटिंग करतो, म्हणे की रे सूसाईड की टूसाईड!

वेदना

नकोच आम्हाला गोड-धोड वा आरओचे पाणी

केवळ बोलताना आमच्याशी वापरा मधुर ती वाणी

नका ठेवू आज आमच्या मालमत्तेवर डोळा

विचार करूनच तुमच्यासाठीच धन केले गोळा

नका ओढू-तोडू नातवंडांना आमच्यापासून दूर

आमचे ही आहेत ते वंश नका होऊ निष्ठुर

नकाच दाखवू लोका प्रदर्शन आपल्या वागणुकीचे

सात्त्विकतेचे भाव असू द्या, थोडे तरी माणुसकीचे

तुमचीही गत हीच होणार आहे उद्या

नका राहू अभिमानात, स्वप्नात त्या उमद्या

या वेदना आहेत संतती असलेल्या बापाच्या

विचार करता करता, असेच जाऊ वाटेने स्वर्गाच्या

आशीर्वाद प्राप्त करण्या शब्द वापरा ममतेचे

ममतेनेच वागल्यास नाव घेऊ नका देवाचे

श्रेष्ठ कोणाला म्हणावे, या जगती सांगा देवा

ज्यांनी जन्म दिला, पोषण केले, यापेक्षा श्रेष्ठ कोणता ठेवा?

धनी

रुळलेली वहिवाट सोडून

नूतन पायवाट पाडून जाणे हे लक्षण नेतृत्वाचे

मग असतील तीत काटे वा खडे

चढ-उतार, डोंगरदऱ्या, खड्डे जुन्या रीतींचे

जाताना ठेच लागेल कधी, जागोजागी

लाख कर्णकर्कश, कटू शब्द पडतील कानी

पदोपदी वाट क्रमताना

खंबीर, निडर राहून ध्येय गाठताना

नवीन वाट चालताना

मागे अत्र, तत्र न पाहताना

वाट शोधतो पुढे जाण्याची

तोच नेतृत्वाचा धनी!

कवीचा परिचय

काशिराम सखाराम बोरे

एम.ए. (मराठी, समाजशास्त्र), बी.एड्, साहित्य विशारद

संपर्क : ७७०९८२०३८९ / ksbore912@gmail.com

◆ श्री. संभाजीराजे कनिष्ठ महाविद्यालय येथे शिक्षक व पर्यवेक्षक म्हणून ३८ वर्षे सेवा

छंद : कविता, लेख आणि कथा लेखन करणे, नाट्यदिग्दर्शन करणे.
वृक्षारोपण व संगोपन करणे, सहलींचे आयोजन करणे.
वृक्षसंवर्धनासाठी सक्रियपणे कार्यरत.

प्रकाशित साहित्य : 'पालवी' कवितासंग्रह - २०२३
'कर्मफल' कथासंग्रह - २०२४

प्राप्त पुरस्कार :

◆ पंतप्रधान ढाल स्पर्धेत यश / तत्कालीन पंतप्रधान पी. व्ही. नरसिंहराव यांच्या हस्ते सन्मान (१९९२).

◆ लातूर येथील 'केदारनाथ सामाजिक विकास प्रतिष्ठान'चा राज्यस्तरीय - आदर्श शिक्षक पुरस्कार प्राप्त (२५ मार्च २००५).

◆ 'राजर्षी शाहू आदर्श शिक्षक पुरस्कार' प्राप्त (हस्ते - आमदार रेखाताई खेडेकर, १६ ऑक्टोबर २००७).

◆ 'यशवंतराव चव्हाण आदर्श शिक्षक पुरस्कार', औरंगाबाद (५ जानेवारी २००८).

◆ 'मणिभाई देसाई राष्ट्रसेवा पुरस्कार', उरुळीकांचन, पुणे (२७ एप्रिल २०११).

◆ 'लायन्स क्लब खामगाव' व 'धन्वंतरी चॉरिटेबल मेडिकल फाउंडेशन' यांच्या संयुक्त विद्यमाने 'स्व. श्रावण स. बावस्कार गुरुजी स्मृती आदर्श शिक्षक पुरस्कार प्राप्त (०२ ऑक्टोबर २०२४).

◆◆◆

पुस्तक प्रकाशित करणं झालं सोपं

अर्थात

#AnyoneCanPublish

अंतर्गत प्रकाशित झालेली पुस्तकं

अ.क्र.	पुस्तकाचे नाव	लेखकाचे नाव	विषय/ कॅटेगरी	किंमत
१.	पौर्णिमेच्या कथा	चिंतामणी देशपांडे	ललित	१३०/-
२.	मनाच्या आरश्यात	प्रिया खैरे पाटील	ललित	२४०/-
३.	दृष्टी	कांचन शेंडे	ललित	१९०/-
४.	चित्रकर्मी	आशिष निनगुरकर	ललित	२९९/-
५.	माझी भटकंती	दिलीप वैद्य	ललित	१५०/-
६.	कृष्णं वंदे जगद्गुरूम	श्यामसुंदर राठी	ललित	१९९/-
७.	केशव-लक्ष्मी कृपा	राधिका श्रीराम घोरपडे	ललित	१३०/-
८.	गंधाळलेली फुले	यशवंत पाटील	ललित	१९०/-
९.	भवताल	मनीषा आवेकर	ललित	१८०/-
१०.	अभिनयांकित	जयश्री दानवे	ललित	२५०/-
११.	फुलांच्या दुनियेत	मृणाल तुळपुळे	ललित	१७०/-
१२.	मुरडण	बालाजी मदन इंगळे	ललित	१३०/-
१३.	कवडसे	डॉ. अरविंद वैद्य	ललित	३५०/-
१४.	राम तोचि विठ्ठल	शीला देशमुख	ललित	१५०/-
१५.	भावबंध	मोहन सरडे	ललित	१७०/-
१६.	फुलबाग	सुरेश गर्जे	ललित	१२०/-
१७.	पैसा, पैसा आणि पैसा	सुरेश गर्जे	ललित	१७०/-
१८.	भारतभर सायकलभ्रमण	दत्तात्रय मेहेंदळे	ललित	३७०/-
१९.	आहे सुगम तरी...	विजय श्रोत्रिय	ललित	२२०/-
२०.	हे जीवन सुंदर आहे	मंगेश चौधरी	ललित	२५०/-
२१.	'च' कशाचा	अरुंधती लोंढे	ललित	१८०/-
२२.	मनतरंग	प्रिया खैरे पाटील	कविता	१३०/-
२३.	आत्मसंवाद	रमेश राठोड	कविता	१३०/-

२४.	साद	पुष्पा तारे	कविता	१६०/-
२५.	वाट चालता चालता	पुष्पा सराफ, रोशनी सराफ, नक्षत्रा सराफ	कविता	१३०/-
२६.	पाऊलवाटेवर चालताना	सुचेता अवसरे	कविता	१३०/-
२७.	बापा तुझं आभाळ	हनुमंत भवारी	कविता	१३०/-
२८.	प्रपात	प्रणव लेले	कविता	१२५/-
२९.	बासरी	किरण वेताळ	कविता	१२५/-
३०.	भरून येणाऱ्या डोळ्यांतून	अरुणकुमार जोशी	कविता	१२०/-
३१.	An Eternal	Dr. Arjun Shirsath	कविता	140/-
३२.	चैत्रपालवी	चैत्राली कुळकर्णी	कविता	१८०/-
३३.	काट्यातले मोरपीस	अरुण कटारे	कविता	१८०/-
३४.	पालवी	काशीराम बोर	कविता	१३०/-
३५.	अंतरंग सावल्यांचे	सदाशिव शेंडे	कविता	१९०/-
३६.	कोवळी पाने	संदीप काळे	कविता	१२५/-
३७.	सप्रेम	अर्जुन शिरसाठ	कविता	१४०/-
३८.	साष्टांग	अर्जुन शिरसाठ	कविता	१४०/-
३९.	माणूस म्हणून जगा	उदय माळगावकर	कविता	२६०/-
४०.	जीवन प्रवाह	दीपक भोजराज	कविता	२६०/-
४१.	मुक्तछंद	डॉ. स्मिता झंवर	कविता	१२०/-
४२.	काव्यसुधा	प्रकाश निर्मळे	कविता	१२०/-
४३.	तळ धुंडाळताना	ज्योती जोशी	कविता	२५०/-
४४.	नेत्र हवे मज	गोविंद कुळकर्णी	कविता	१९९/-
४५.	स्वर व्यंजनी	प्रसाद पाठारे	बालकविता	१२०/-
४६.	बाकी काही नाही	किरण वेताळ	कविता	१९९/-
४७.	उतरंड	उत्तमा पेठकर	कविता	१६९/-
४८.	रुपक कथा	शशांक देव	कथा	९९/-
४९.	मोलाची ठेव	कृष्णा पाटील	कथा	२२८/-
५०.	छोड अकेला फिर जाओ	उर्मी रुमी	कथा	१७०/-
५१.	धूमधडाका	मयूरेश कुलकर्णी	कथा	२३०/-
५२.	ठिकरीची फोडणी	अशोक कांबळे	कथा	१९०/-
५३.	वाटणी	कृष्णा पाटील	कथा	२५०/-

५४.	कर्मफल	काशीराम बोरे	कथा	१८०/-
५५.	गंधाळलेली फुले	प्रा.डॉ.यशवंत पाटील	कथा	१९०/-
५६.	गढीवरच्या आईसाहेब	प्रा.डॉ. यशवंत पाटील	कादंबरी	१५०/-
५७.	द्रौपदीबाई पठाण	प्रिया गोगावले-विखे	कादंबरी	१६०/-
५८.	रुबाब	अमोल सोंडकर	कादंबरी	१४०/-
५९.	घेरं	वासुदेव डहाके	कादंबरी	६७०/-
६०.	होम मिनिस्टर	युवराज कोरे	कादंबरी	१८०/-
६१.	तडजोड	निवृत्ती जोरी	कादंबरी	४९९/-
६२.	एक होती यशोदा	सुनील पांडे	कादंबरी	१२५/-
६३.	व्यक्तिमत्त्व विकासाचा कोलाज	विनोद बिडवाईक	सेल्फ हेल्प	२००/-
६४.	स्वयंविकासाची स्वयंप्रेरणा	विनोद बिडवाईक	सेल्फ हेल्प	२२०/-
६५.	शिवसूत्र	योगेश क्षत्रिय	सेल्फ हेल्प	२९०/-
६६.	Vitality in human resource	Vinod Bidvaik	सेल्फ हेल्प	299/-
६७.	Holistic approach	Vinod Bidvaik	सेल्फ हेल्प	120/-
६८.	महासत्तेच्या वाटेवर	युवराज कोरे	माहितीपर	१४०/-
६९.	इंडिया डायरी	प्रमोद देशपांडे	माहितीपर	२००/-
७०.	India Dairy	Pramod Deshpande (English)	माहितीपर	240/-
७१.	कचराकोंडी ते पंधरा कोटी	सतीश वैजापूरकर	माहितीपर	१८०/-
७२.	रेन वॉटर हारवेस्टींग	प्रवीण खांडवे	माहितीपर	१९९/-
७३.	ईशोपनिषद	सुरेश गर्जे	अध्यात्म	१५०/-
७४.	रामराज्य	सुरेश गर्जे	अध्यात्म	१७०/-
७५.	तुका आकाशाएवढा	सुरेश गर्जे	अध्यात्म	२२०/-
७६	Unalome	Shweta Bharati	अध्यात्म	250/-
७७.	दिव्य प्रवचनामृत	रविंद्र कांबळे	अध्यात्म	१४००/-
७८.	शिंपल्यातील मोती	अंजना चौगुले-चावरे	चरित्र	१९९/-
७९.	विवेकवेल	वसंत गायकवाड	चरित्र	४९९/-
८०.	Karmaveer Bhaurao Patil : Life and work of a rebel	Bharat Kavathekar	चरित्र	190/-

क्र.	पुस्तक	लेखक	विषय	किंमत
८१.	द जेनेटिक वेडिंग रिंग	मंदार मुंडले	नाटक	९९/-
८२.	The genetic wedding ring	Mandar Mundale	नाटक	99/-
८३.	महाविनाशाची पदचिन्हे	भाऊराव मुळे	नाटक	४९९/-
८४.	कोकणचे पारंपरिक खेळे	गोविंद कुलकर्णी	नाटक	२३०/-
८५.	प्रवासातून प्रबोधन	श्रीराम भास्करवार	प्रवासवर्णन	१९०/-
८६.	माझा युरोप प्रवास	अशोक केसरकर	प्रवासवर्णन	२८०/-
८७.	लंडन डायरी	रूपाली पाटील-मिरासदार	प्रवास	२२५/-
८८.	गिर्यारोहण	विजय देवधर	प्रवास	१५०/-
८९.	ओवीरूप भगवद्गीता	आर. जी. पाटील	तत्त्वज्ञान	८७०/-
९०.	ऋग्वेद अर्थसार	बापू कुंभार	तत्त्वज्ञान	४७०/-
९१.	आरोग्यधाम	बी. के. तेली (चौधरी)	आरोग्य	१५०/-
९२.	एक कण आयुर्वेदाचा	वैद्य रमा खटावकर	वैद्यकीय	२९९/-
९३.	Andra Recipe	Vijaya Lakshmi	पाककला	990/-
९४.	संपूर्ण दीपरामायण	दीपक करंदीकर	महाकाव्य	१४९९/
९५.	भुकेलेल्या देशाची कृषि महासत्तेकडे वाटचाल	अनिल शिंदे	सामाजिक	२६०/-
९६.	'जागृती'तून जागृतीकडे	जयश्री काळे	सामाजिक	३८०/-
९७.	We are the quarry, fate is the Hunter	Prasad & Shubhada Godbole	Non-fiction	299/-
९८.	Rede an Das Gewissen	Dr. Rajendra Padture	Spiritual (Translation)	499/-
९९.	Incremental learning of Electricity Smart Meter Data	Archana Y. Chaudhari Preeti Mulay	टेक्निकल	850/-
१००.	अक्षर ओळख	ज्योत्स्ना पास्ते	शैक्षणिक	१९९/-

पुस्तक खरेदीसाठी संपर्क : ८८८८८४९०५०

पुस्तके ऑनलाइन उपलब्ध

amazon.in / flipkart/ https://sakalpublications.com